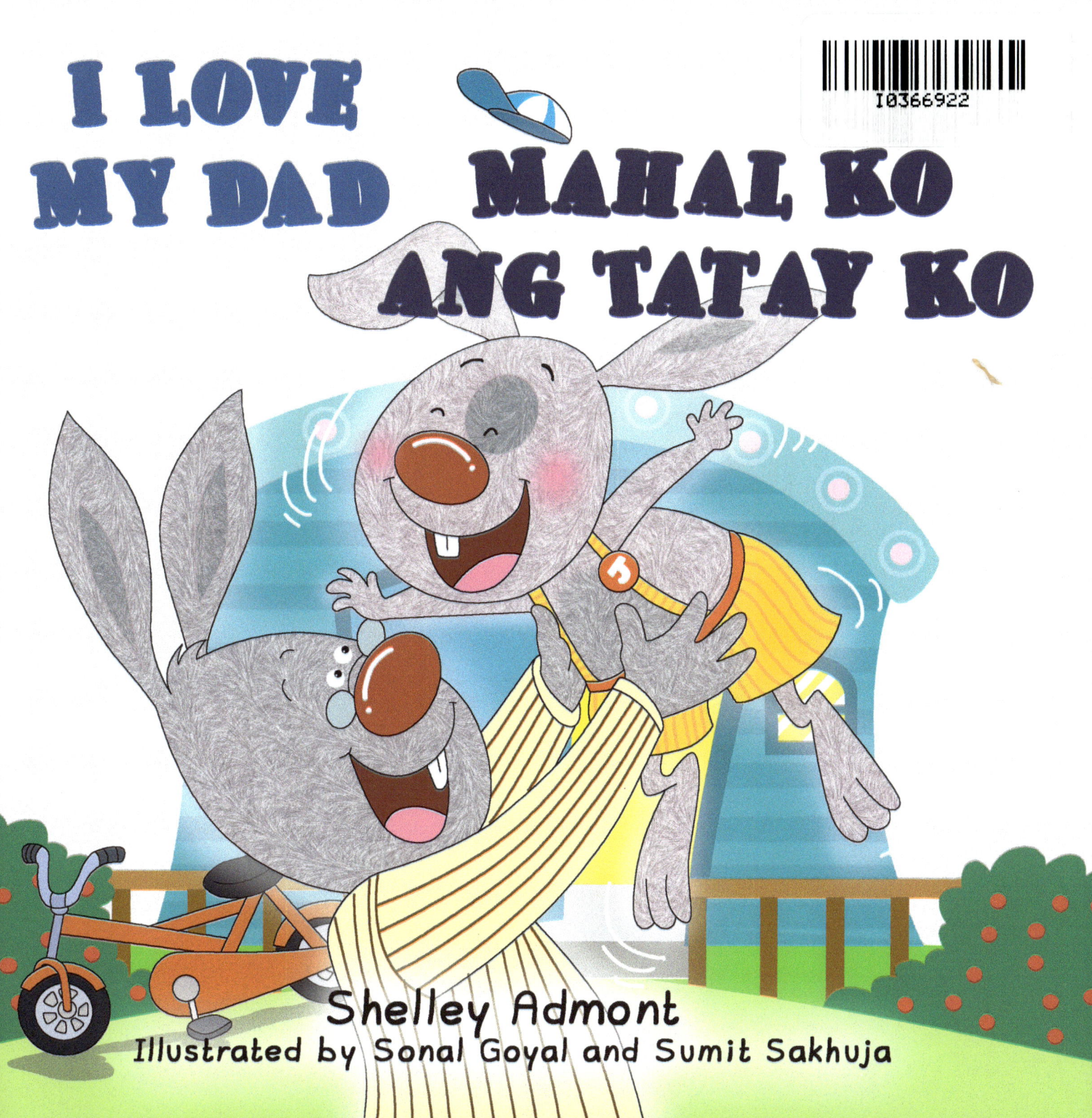

www.kidkiddos.com
Copyright©2015 by S.A.Publishing ©2017 by KidKiddos Books Ltd.
support@kidkiddos.com

All rights reserved. No part of this book may be reproduced in any form or by any electronic or mechanical means, including information storage and retrieval systems, without written permission from the publisher or author, except in the case of a reviewer, who may quote brief passages embodied in critical articles or in a review.
Second edition

Translated from English Ma. Aurora L. Sicat
Sinalin mula sa Ingles ni Ma. Aurora L. Sicat

Library and Archives Canada Cataloguing in Publication
I Love My Dad (Tagalog Bilingual Edition)/ Shelley Admont

ISBN: 978-1-5259-1250-4 paperback
ISBN: 978-1-77268-408-7 hardcover
ISBN: 978-1-77268-176-5 eBook

Please note that the Tagalog and English versions of the story have been written to be as close as possible. However, in some cases they differ in order to accommodate nuances and fluidity of each language.

For those I love the most—S.A.
Para sa mga pinakamamahal ko—S.A.

One summer day, Jimmy the little bunny and his two older brothers were riding their bicycles. Their dad sat in the backyard, reading a book.

Isang araw sa tag-init, nakasakay sa bisikleta niya si Jimmy ang maliit na kuneho at ang kanyang dalawang kuya. Nakaupo sa likod-bahay ang kanilang tatay habang nagbabasa ng libro.

The two older bunnies laughed loudly as they raced. Jimmy tried to catch up on his training wheel bike.

Malakas na nagtatawanan ang dalawang nakatatandang kuneho habang nagkakarera. Sinubukang humabol ni Jimmy sa kanyang pambatang bisikleta.

"Hey, wait for me! I want to race too!" Jimmy shouted. But his brothers were too far away and his bike was too small.

"Sandali, hintayin ninyo ako! Gusto ko ring makipagkarera!" sigaw niya. Subalit malayo na ang narating ng kanyang mga kuya at napakaliit ng kanyang bisikleta.

Soon his brothers returned, giggling to each other. "It's not fair," screamed Jimmy. "I want to ride your big bikes too."

Di nagtagal, bumalik ang kanyang mga kuya na humahagikgik. "Ang daya," reklamo ni Jimmy. "Gusto ko ring sumakay sa malaki ninyong bisikleta."

"But Jimmy, you're too small," said his oldest brother.

"Pero Jimmy, napakaliit mo pa," sabi ng pinakanakakatandang kapatid.

"And you don't even know how to ride a two-wheeler," said the middle brother.

"Ni hindi mo pa kayang sumakay sa bisikletang may dalawang gulong," kantiyaw ng pangalawang kapatid.

"I'm not small!" shouted Jimmy. "I can do everything you can!"

"Hindi ako maliit!" iyak ni Jimmy. "Magagawa ko lahat ng kaya ninyo!"

He ran to his brothers and grabbed one of the bicycles. "Just watch!" he said.

Tumungo siya sa kanyang mga kapatid at kinuha ang isa sa mga bisikleta. "Panoorin ninyo ako!" pagyayabang niya.

"Be careful!" yelled his oldest brother, but Jimmy didn't listen.

"Mag-ingat ka!" paalala ng panganay na kapatid niya subalit hindi nakinig si Jimmy.

Throwing one leg over, he tried to climb the large bike. At that moment, he lost his balance and crashed on the ground, directly into a mud puddle.

Habang nakapuwesto ang isang binti, sinubukan niyang umakyat sa malaking bisikleta. Sa sandaling iyon, nawalan siya ng balanse at sumadsad sa lupa, diretso sa putikan.

His two older brothers burst out laughing.
Humagikgik ang dalawa niyang kuya.

Jimmy jumped on his feet and wiped his muddy hands on his dirty pants.
Tumayo si Jimmy at pinunasan ang kanyang putikang kamay sa kanyang namantsahang pantalon.

This just caused his brothers to laugh more.
Lalog humagikgik ang kanyang mga kuya.

"Sorry, Jimmy," said the oldest brother in between laughter. "It's just too funny."
"Pasensiya na, Jimmy," sabi ng panganay na kapatid habang humahagikgik. "Masyado ka kasing katawa-tawa."

Jimmy couldn't stand it anymore. He kicked the bike and ran home with tears streaming down his face.

Hindi na nakapagpigil si Jimmy. Sinipa niya ang bisikleta at umuwi sa bahay nang umiiyak.

Dad watched his sons from the backyard. He closed his book and went towards Jimmy.

Pinagmamasdan ni Tatay ang kanyang mga anak sa likod-bahay. Sinara niya ang kanyang libro at nilapitan si Jimmy.

"Honey, what happened?" he asked.

"Anak, anong nangyari?" nagmamalasakit niyang tanong.

"Nothing," grumbled Jimmy. He tried to wipe away his tears with his dirty hands, but instead he smudged his face even more.

"Wala," ungol ni Jimmy. Pinahiran niya ang kanyang mga luha ng kanyang marungis na kamay subalit mas lalong dumungis ang kanyang mukha.

Dad smiled and said quietly, "I know what can make you laugh…"

Ngumiti si Tatay at mahinahong nagsalita, "Alam ko kung ano ang magpapatawa sa iyo …"

"Nothing can make me laugh now," said Jimmy, crossing his arms.

"Walang makakapagpatawa sa akin ngayon," sagot ni Jimmy, nakatiklop ang kanyang mga braso.

"Are you sure?" said Dad and began to tickle Jimmy until he smiled.

"Sigurado ka?" tanong ni Tatay at sinimulang kilitiin si Jimmy haggang sa napangiti ito.

Then he tickled him so much that Jimmy started giggling.

IPagkaraan, kiniliti pa niya ito ng lalo hanggang sa nagsimulang humagikgik si Jimmy.

But Dad didn't stop there. They rolled on the grass, tickling each other until they both laughed loudly.

Hindi pa nasiyahan si Tatay. Gumulong sila sa damuhan habang kinikiliti ang isa't isa hanggang sa humalakhak sila nang malakas.

Still hiccupping from his hysterical laughter, Jimmy jumped on Dad's lap and hugged him tight.

Simisinok habang humahalakhak, kumandong si Jimmy sa kanyang Tatay at niyakap siya nang mahigpit.

"I was watching you ride your bike," said Dad, hugging him back.

"Pinagmamasdan kitang sumakay ng iyong bisikleta," sabi ni Tatay, mahigpit din siyang niyakap.

"And I think you're ready to ride a two-wheeler."

"Tingin ko handa ka nang sumakay sa bisikletang may dalawang gulong."

Jimmy's eyes sparkled with excitement. He jumped on his feet. "Really? Can we start now? Please, please, Daddy!"

Nagningning ang mga mata ni Jimmy sa kasabikan. Tumindig siya mula sa pagkakaupo. "Talaga? Puwede po bang magsimula na tayo? Sige na, Tatay!"

"Now you need to take a bath," said Dad smiling. "We can start practicing first thing tomorrow morning."

"Kailangan mo munang maligo," nakangiting wika ni Tatay. "Maaari tayong magsimula bukas na bukas ng umaga."

After a long bath and a family dinner, Jimmy went to bed. That night he could barely sleep.

Pagkaraan ng mahabang paligo at pagkain ng hapunan, natulog na si Jimmy. Hindi siya masyadong makatulog nang gabing iyon.

He woke up again and again to check if it was morning.

Bumangon siya sa higaan at tiningnan kung umaga na.

As soon as the sun rose, Jimmy ran to his parents' bedroom.

Nang sumikat na ang araw, nagtungo siya sa kuwarto ng kanyang mga magulang.

Jimmy tiptoed towards their bed and gave his father a little shake. Dad just turned to the other side and continued snoring peacefully.

Dahan-dahang lumapit si Jimmy sa kanilang higaan at marahang niyugyog ang kanyang ama. Hindi siya pinansin ni Tatay at bumalik sa pagtulog habang humihilik.

"Daddy, we need to go," Jimmy murmured and pulled off his covers.

"Tatay, kailangan na nating magsimula," bulong ni Jimmy at hinatak ang kanyang kumot.

Dad jumped and his eyes flew open. "Ah? What? I'm ready!"

Bumangon si Tatay at nagising bigla. "Ano nga ba iyon? Ah, handa na ako!"

"Shhhh…" whispered Jimmy. "Don't wake anybody."

"Shhhh…" bulong ni Jimmy. "Huwag mo silang gisingin."

While the rest of the family was still sleeping, they brushed their teeth and went out.

Habang natutulog pa ang ibang miyembro ng pamilya, nagsipilyo ang mag-ama at lumabas ng bahay.

As he opened the door Jimmy saw his orange bike, sparkling in the sun. The training wheels were off.

Nang buksan ni Jimmy ang pinto, nakita niya ang kanyang bisikletang kulay kahel, nangingintab sa sikat ng araw. Wala na ang maliit niyang bisikleta.

"Thank you, Daddy!" he shouted as he ran to his bike.

"Salamat, Tatay!" bati niya at kumaripas siya ng takbo sa kanyang bisikleta.

Dad showed him how to mount it and how to pedal. "Let's have some fun!" Dad said, putting a helmet *on* Jimmy's head.

Tinuro ni Tatay kung paano sumakay dito at kung paano gamitin ang pedal. "Handa ka na ba?" tanong niya habang sinusuotan ng helmet ang ulo ni Jimmy.

Jimmy took a deep breath, but didn't move. "Come on. I'll help you into the seat," Dad insisted.

Bumuntong-hininga si Jimmy at natigilan. "Halika. Tutulungan kitang makaayat sa upuan," paganyaya ni Tatay.

"Umm…" mumbled Jimmy, his voice shaking. "I'm…I'm scared. What if I fall again?"

"Umm…" ungol ni Jimmy, nanginginig ang kanyang boses. "Na… Natatakot ako. Paano kung mahulog akong muli?"

"Don't worry," reassured his dad. "I'll stay close to catch you if you fall."

"Huwag kang mag-alala," pangungumbinsi ni Tatay. "Babantayan kita at sasaluhin kapag nahulog ka."

Jimmy hopped on his bike and began pedaling slowly.

Sinakyan ni Jimmy ang kanyang bisikleta at marahang nag-pedal.

When the bike tipped to the right, Jimmy leaned to the left. When the bike tipped to the left, Jimmy leaned to the right.

Kapag sumasandal ang bisikleta sa kanan, sumasandal si Jimmy sa kaliwa. Kapag sumasandal ang bisikleta sa kaliwa, sumasandal si Jimmy sa kanan.

Sometimes he fell down, but he didn't give up – he tried over and over again.

Nahuhulog siya paminsan subalit hindi siya sumusuko. Paulit-ulit niyang sinusubukan.

Morning after morning they practiced together.

Tuwing umaga, nag-eensayo silang mag-ama.

Dad held on while Jimmy wobbled, and eventually the little bunny learned to pedal fast.

Hinahawakan ni Tatay ang bisikleta kapag gumegewang si Jimmy, at di naglaon natuto ang maliit na kuneho na mag-pedal nang mabilis.

Then one day Dad let go and Jimmy could ride all by himself without falling even once!

Isang araw, pinabayaan na ni Tatay si Jimmy na magbisikleta ng mag-isa at nakayanan niya ito nang hindi nahuhulog ni minsan!

"And I can race too!" exclaimed Jimmy.

"At maaari na akong sumali sa karera!" pagmamayabang ni Jimmy.

That day Jimmy raced with his brothers.

Noong araw ding iyon, nakipagkarera si Jimmy sa kanyang mga kuya.

GUESS WHO WON THE RACE?

HULAAN MO KUNG SINO ANG NANALO?

www.ingramcontent.com/pod-product-compliance
Lightning Source LLC
Chambersburg PA
CBHW061135070526
44584CB00033B/4330